Learn ísl

Icelandic

for beginners

Christopher Panaretos
ISBN 9798842901265

Table of Contents

Tips for Language Learning

The most important thing is **self-esteem**. You must have self esteem above a certain threshold, otherwise your brain will prevent you from learning. You won't be aware of this effect, you will simply not feel motivated to learn.

Secondly, **practice** speaking, listening, writing, and reading for yourself. You only get better at something when you actually do it, not by reading or listening to someone describe how to do something.

Lastly, **time**. You should achieve a basic beginner level after about 250 hours. At 500 hours, have a solid beginner understanding. And at 1000 hours get to an intermediate level.

Summary of Icelandic

Universal Grammar Rules

The explanation of Icelandic presented in this book is based on an alternative, universal theory of grammar that is much different from traditional grammar, although there is overlap with some concepts. However, this alternative grammar theory is concise and provides a solid foundation for understanding how language works in general, so it is a good base for Icelandic-specific language rules to stand on.

The alternative grammar theory has five main concepts: thing, descriptor, scene, thing-converter, and scene-converter.

- **thing**: there are 6 categories of things in the world
  - object
  - concept
  - time
  - place
  - process
  - state

- **descriptor**: each of the six kinds of things can have its own properties unique to that thing, like color, size, or speed

- **scene**: a scene is a relative arrangement of things, where one of the things acts as a verb, another acts as subject, and 0, 1, or 2 other things are included depending on the type of scene; there are four types of scene
  - linking
  - intransitive
  - monotransitive
  - ditransitive

- **thing-converter**: these words turn a particular type of thing into one of the other six types of things, or into a descriptor

- **scene-converter**: these words turn a scene into a thing or into a descriptor

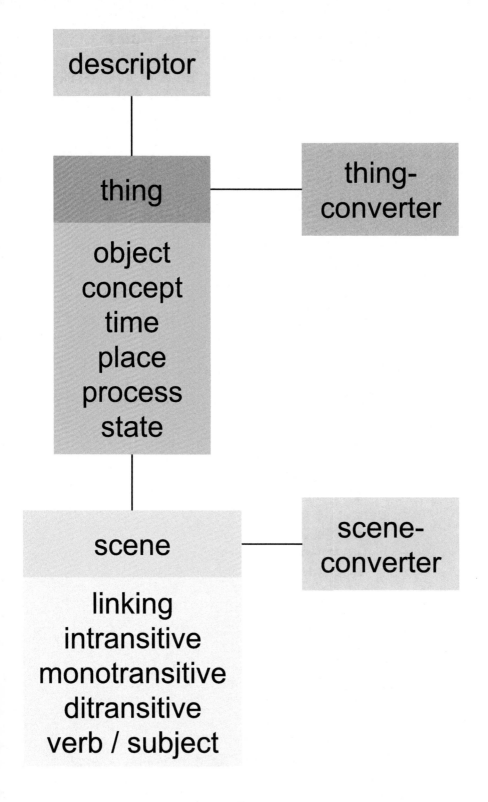

Icelandic-Specific Grammar Rules

The grammar system above describes the core functionality of all languages. It does not include grammar rules that are specific to individual languages.

Icelandic-specific languages rules that are discussed in this book include:

- **case** → refers to how a thing is used in a sentence; Icelandic has four cases, *roughly* corresponding to various grammatical concepts in English
  - nominative :: subject of a scene
  - accusative :: direct object
  - dative :: indirect object
  - genitive :: to show possession

- **things::personal pronouns** → a subcategory of things, pronouns are placeholders that point to other things; personal pronouns in particular point to people; Icelandic personal pronouns have four characteristics…
  - perspective
    - 1st person
    - 2nd person
    - 3rd person
  - gender
    - masculine
    - feminine
    - neuter
  - count
    - singular
    - plural
  - case
    - nominative
    - accusative
    - dative
    - genitive

- **things** → in Icelandic, things have three characteristics…
  - gender

- masculine
- feminine
- neuter
  - count
    - singular
    - plural
  - case
    - nominative
    - accusative
    - dative
    - genitive

- **descriptors::articles** → Icelandic includes a special subcategory of descriptor called definite article...
  - definite article indicates a particular instantiation of a thing, i.e. a specific item
  - (an indefinite article indicates the presence of a single item, versus having multiple items; however, Icelandic does not have an explicit definite article word - instead, it can be implied by context)

- **descriptors** → Icelandic descriptors, including articles, exhibit target matching for four characteristics; they can change spelling to match their target's gender, count, and case, and they can also change spelling depending on whether or not a definite article is associated with the target thing

- **verbs** → in Icelandic, verbs have four characteristics...
  - mood
    - indicative
    - subjunctive
    - imperative
  - tense
    - past
    - present
    - future
  - aspect
    - imperfect
    - perfect

- subject agreement
  - perspective
  - count

Diagram of Icelandic-Specific Grammar Rules

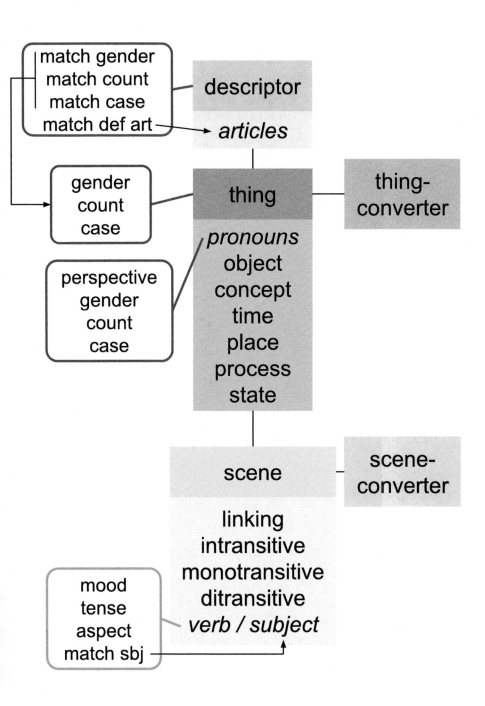

Spelling and Word Order

The grammar rules for Icelandic, as for all languages, can only be expressed in two fundamental ways: the spelling of each word, and the relative order of words. So for Icelandic, the question is how do the universal rules and the Icelandic-specific grammar rules manifest with respect to spelling and word order? Exploring this topic will be the focus of the rest of this book, but a summary is given here.

Spelling

- **personal pronouns** change spelling depending on their *perspective*, *gender*, *count*, and *case*

- **things** change spelling depending on their *count and case*

- **definite article** changes spelling to *match* its target thing's *gender*, *count, and case*

- **indefinite article** is not used in Icelandic

- **descriptors** change spelling to *match* their target thing's *gender*, *count, case,* and depending on whether the target uses a *definite article* or not

- **verbs** change spelling depending on their *mood*, *tense*, and *aspect*

Word Order

- **descriptors** are placed **before** their target thing

- **definite article** appears as a **suffix** on its target

- **thing-converters** are placed **before** the target thing and the target thing's descriptors

- there are four types of scene, and each type has a different complement of things; however, all four types have a thing that acts as the scene's verb, and a thing that acts as the scene's subject; in general, Icelandic scenes start with the subject, then the verb follows immediately afterwards

linking

intransitive

monotransitive

ditransitive

- **scene-converters** are placed *before* their target scene

Word Order of Scenes

What is a Scene

A scene is just a particular arrangement of things, where one of the things acts as a verb, and another as a subject.

The verb in a scene does not necessarily need to have a tense, it can be in an infinitive form or a continuous form.

Additionally, a scene can serve multiple purposes. It can serve as a complete sentence, standing on its own. It can also act as a thing or a descriptor, often with the help of a scene-converter word.

There are too many variations of scenes to show them all, but several will be demonstrated in this chapter.

Linking Scene as Sentence, has Tensed Verb

The Icelandic version of the sentence 'She is happy' is:

Hún er hamingjusöm.

hún	er	hamingjusöm
she	is	happy

She is happy.

The subject 'hun' is first, followed by the verb 'være' in one of its conjugated forms, and lastly the linking scene complement 'glad', which is a descriptor.

This is a graphical diagram of the sentence. The Icelandic words are in the middle, in solid yellow. The names of the components for this linking scene, i.e. subject, verb, and complement, are shown above, in black outline. The universal categories of each word are given below; things are red font, and descriptors are in blue font.

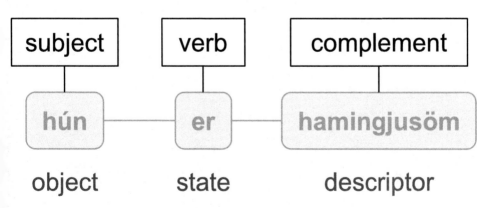

Linking Scene as a Thing, with Tensed Verb

The Icelandic version of the sentence 'I know that she is happy' is:

> ## Ég veit að hún er hamingjusöm.
>
> | ég | veit | að | hún | er | hamingjusöm |
> |----|------|------|-----|-----|-------------|
> | i | know | that | she | is | happy |
>
> ## I know that she is happy.

In this sentence, there are two scenes. One scene is the linking scene 'she is happy'. The other scene is 'I know [something]', which is a monotransitive scene. The linking scene is nested within the monotransitive scene.

Notice that the inner linking scene is preceded by the scene-converter word 'that', which helps to indicate that the linking scene is going to be used as a thing within an enclosing scene.

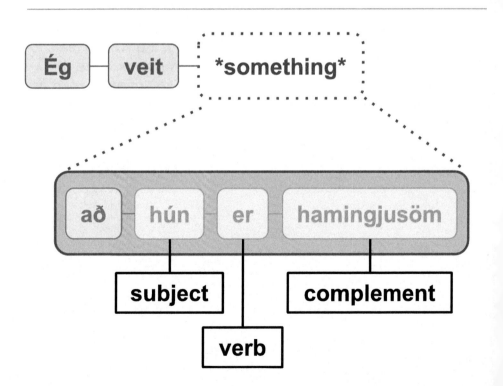

Intransitive Scene as Sentence, Converted Thing as Descriptor

The Icelandic version of the sentence 'The man swam in the lake' is:

Maðurinn synti í stöðuvatninu.					
maður	-inn	synti	í	stöðuvatn	-inu
man	the	swam	in	lake	the

The man swam in the lake.

The simplest version of this intransitive scene is 'The man swam'. However, the example sentence also has a thing-converter word, 'in', to convert an object, 'the lake', into a location. Hence the phrase 'in the lake' is called a converted thing. Here, the phrase 'in the lake' is acting as a descriptor of the process 'swam', which is the verb of the intransitive scene.

Note that even though the phrase 'in the lake' is used as a descriptor, it is placed at the very end of the sentence, instead of immediately in front of the verb it describes. This contradicts the general rule of Icelandic descriptors going before their targets, but in fact it is common for descriptors of verbs to be more loosely attached to their target.

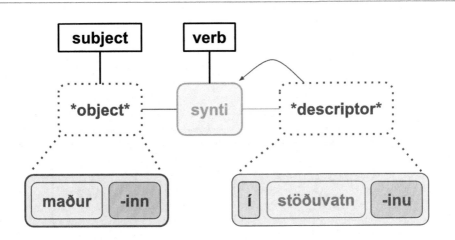

Intransitive Scene as Thing, with Untensed Verb

The Icelandic version of the sentence 'I want them to sleep' is:

Ég vil að þau sofi.				
ég	**vil**	**að**	**þau**	**sofi**
i	want	that	they	sleep
I want them to sleep.				

The intransitive scene in this example is the nested 'them to sleep' in English, or 'they sleep' in Icelandic.

The outer scene 'i want [something]' is a monotransitive scene.

In the Icelandic version of the sentence, the scene-converter word 'that' is used to help indicate that the nested scene 'they sleep' is being used as an object.

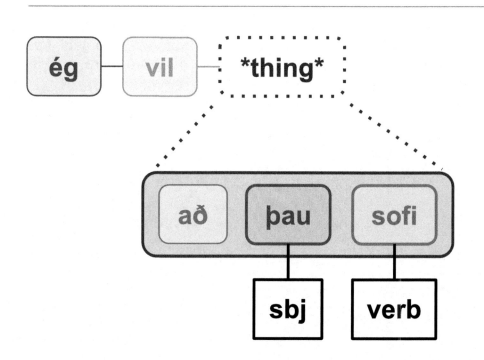

Monotransitive Scene as Sentence

The Icelandic version of the sentence 'I will order a pizza' is:

Ég	mun	panta	pítsu.
ég	mun	panta	pítsu
i	will	order	pizza

I will order a pizza.

In this example, the scene is a sentence. It is a monotransitive scene, so there is a verb, subject, and direct object. The verb is 'to order' in the future tense, which uses an auxiliary verb to help indicate the tense in both English and Icelandic.

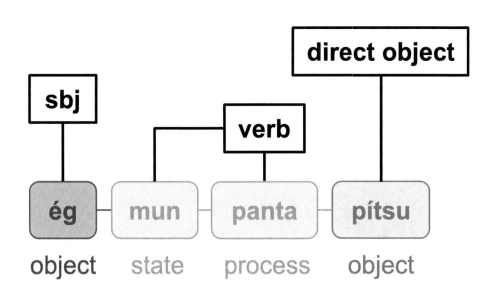

Ditransitive Scene as Sentence

The Icelandic version of the sentence 'The girl passed her friend a note' is:

Stúlkan rétti vinkonu sinni miða.

stúlka	-n	rétti	vinkonu	sinni	miða
girl	the	passed	friend	her	note

The girl passed her friend a note.

The Icelandic translation uses the same type of scene, ditransitive, as English.

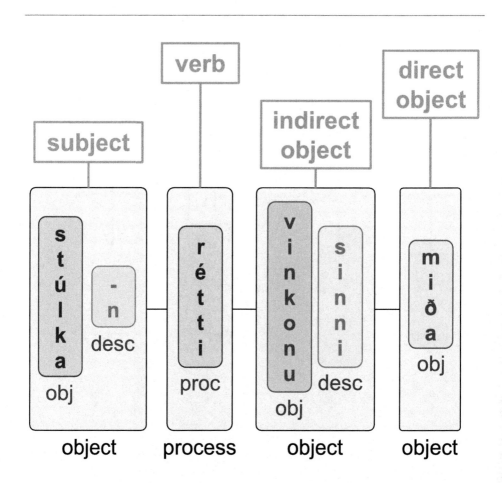

Personal Pronouns

as Subjects

ég	i
við	we
þú	you
þið	you all
hann	he
þeir	they
hún	she
þær	they

Ég er manneskja.

[pronoun, 1st singular, nominative]

yeg	ehr	mannes-kya
ég	er	manneskja
i	am	person

I am a person.

			case			
persp	gender	count	nomin	accus	dativ	genitiv
1st	any	singular	**ég**	mig	mér	mín
		plural	við	okkur	okkur	okkar
2nd	any	singular	þú	þig	þér	þín
		plural	þið	ykkur	ykkur	ykkar
3rd	masculine	singular	hann	hann	honum	hans
		plural	þeir	þá	þeim	þeirra
	feminine	singular	hún	hana	henni	hennar
		plural	þær	þær	þeim	þeirra
	neuter	singular	það	það	því	þess
		plural	þau	þau	þeim	þeirra

Stelpurnar, **þær** eru glaðar.

stelpur	nar	[pronoun, 3rd plural f, nominative] thaer	ehru	gladar
stelpur	-nar	**þær**	eru	glaðar
girls	the	they	are	glad

The girls, **they** are happy.

persp	gender	count	case nomin	accus	dativ	genitiv
1st	any	singular	ég	mig	mér	mín
		plural	við	okkur	okkur	okkar
2nd	any	singular	þú	þig	þér	þín
		plural	þið	ykkur	ykkur	ykkar
3rd	masculine	singular	hann	hann	honum	hans
		plural	þeir	þá	þeim	þeirra
	feminine	singular	hún	hana	henni	hennar
		plural	**þær**	þær	þeim	þeirra
	neuter	singular	það	það	því	þess
		plural	þau	þau	þeim	þeirra

Við horföum á kvikmynd.

[pronoun, 1st plural, nominative]

veeth	horf-thum	ow	kvik-mind
við	horföum	á	kvikmynd
we	watched	at	movie

We watched a movie.

persp	gender	count	nomin	accus	dativ	genitiv
					case	
1st	any	singular	ég	mig	mér	mín
		plural	við	okkur	okkur	okkar
2nd	any	singular	þú	þig	þér	þín
		plural	þið	ykkur	ykkur	ykkar
3rd	masculine	singular	hann	hann	honum	hans
		plural	þeir	þá	þeim	þeirra
	feminine	singular	hún	hana	henni	hennar
		plural	þær	þær	þeim	þeirra
	neuter	singular	það	það	því	þess
		plural	þau	þau	þeim	þeirra

Þú ert að tala.

[pronoun, 2nd singular, nominative]

thoo	art	ahth talah
þú	ert	að tala
you	are	to talk

You are talking.

persp	gender	count	case			
			nomin	accus	dativ	genitiv
1st	any	singular	ég	mig	mér	mín
		plural	við	okkur	okkur	okkar
2nd	any	singular	**þú**	þig	þér	þín
		plural	þið	ykkur	ykkur	ykkar
3rd	masculine	singular	hann	hann	honum	hans
		plural	þeir	þá	þeim	þeirra
	feminine	singular	hún	hana	henni	hennar
		plural	þær	þær	þeim	þeirra
	neuter	singular	það	það	því	þess
		plural	þau	þau	þeim	þeirra

Personal Pronouns
as Direct Objects

mig	me
okkur	us
þig	you
ykkur	you all
hann	him
þá	them
hana	her
þær	them

Ég sé þig.

yeg	see-yeh	[pronoun, 2nd singular, accusative] theegh
ég	sé	þig
i	see	you

I see **you**.

			case			
persp	gender	count	nomin	accus	dativ	genitiv
1st	any	singular	ég	mig	mér	mín
		plural	við	okkur	okkur	okkar
2nd	any	singular	þú	**þig**	þér	þín
		plural	þið	ykkur	ykkur	ykkar
3rd	masculine	singular	hann	hann	honum	hans
		plural	þeir	þá	þeim	þeirra
	feminine	singular	hún	hana	henni	hennar
		plural	þær	þær	þeim	þeirra
	neuter	singular	það	það	því	þess
		plural	þau	þau	þeim	þeirra

Þú settir **mig** í bátinn.

thoo	settir	[pronoun, 1st singular, accusative] meegh	ee	boat	in
þú	settir	mig	í	bát	-inn
you	set	me	in	boat	the

You put **me** in the boat.

persp	gender	count	nomin	accus	dativ	genitiv
				case		
1st	any	singular	ég	**mig**	mér	mín
		plural	við	okkur	okkur	okkar
2nd	any	singular	þú	þig	þér	þín
		plural	þið	ykkur	ykkur	ykkar
3rd	masculine	singular	hann	hann	honum	hans
		plural	þeir	þá	þeim	þeirra
	feminine	singular	hún	hana	henni	hennar
		plural	þær	þær	þeim	þeirra
	neuter	singular	það	það	því	þess
		plural	þau	þau	þeim	þeirra

Þau fara með **okkur** á bókasafnið.

thuy	fara	meth	[pronoun 1st plural, accusative] ahkur	ow	boka-safen	ith
þau	fara	með	**okkur**	á	bókasafn	-ið
they	go	with	us	to	library	the

They take **us** to the library.

				case		
persp	gender	count	nomin	accus	dativ	genitiv
1st	any	singular	ég	mig	mér	mín
		plural	við	**okkur**	okkur	okkar
2nd	any	singular	þú	þig	þér	þín
		plural	þið	ykkur	ykkur	ykkar
3rd	masculine	singular	hann	hann	honum	hans
		plural	þeir	þá	þeim	þeirra
	feminine	singular	hún	hana	henni	hennar
		plural	þær	þær	þeim	þeirra
	neuter	singular	það	það	því	þess
		plural	þau	þau	þeim	þeirra

Við ýtum á þá svo þeir detta í ánna.

veeth	ytum	ow	thau	svoh	**[pronoun, 3rd plural f, nominative]** theyr	detta	ee	ow	na
við	ýtum	á	þá	svo	**þeir**	detta	í	á	-nna
we	push	at	then	so	they	fall	in	river	the

We push **them** into the river.

persp	gender	count	case nomin	accus	dativ	genitiv
1st	any	singular	ég	mig	mér	mín
		plural	við	okkur	okkur	okkar
2nd	any	singular	þú	þig	þér	þín
		plural	þið	ykkur	ykkur	ykkar
3rd	masculine	singular	hann	hann	honum	hans
		plural	þeir	þá	þeim	þeirra
	feminine	singular	hún	hana	henni	hennar
		plural	þær	**þær**	þeim	þeirra
	neuter	singular	það	það	því	þess
		plural	þau	þau	þeim	þeirra

Personal Pronouns

as Indirect Objects

mér	me
okkur	us
þér	you
ykkur	you all
honum	him
þeim	them
henni	her
þeim	them

Þú gefur **mér** bók.

thoo	gefur	[pronoun, 1st singular, dative] mehr	book
þú	gefur	mér	bók
you	give	me	book

You give **me** a book.

			case			
persp	gender	count	nomin	accus	dativ	genitiv
1st	any	singular	ég	mig	**mér**	mín
		plural	við	okkur	okkur	okkar
2nd	any	singular	þú	þig	þér	þín
		plural	þið	ykkur	ykkur	ykkar
3rd	masculine	singular	hann	hann	honum	hans
		plural	þeir	þá	þeim	þeirra
	feminine	singular	hún	hana	henni	hennar
		plural	þær	þær	þeim	þeirra
	neuter	singular	það	það	því	þess
		plural	þau	þau	þeim	þeirra

Hann réttir henni boltann.

han	rettir	[pronoun, 3rd singular f, dative] hen-nee	bolti	ann
hann	réttir	henni	bolti	-ann
he	throws	her	ball	the

He throws her the ball.

			case			
persp	gender	count	nomin	accus	dativ	genitiv
1st	any	singular	ég	mig	mér	mín
		plural	við	okkur	okkur	okkar
2nd	any	singular	þú	þig	þér	þín
		plural	þið	ykkur	ykkur	ykkar
3rd	masculine	singular	hann	hann	honum	hans
		plural	þeir	þá	þeim	þeirra
	feminine	singular	hún	hana	henni	hennar
		plural	þær	þær	þeim	þeirra
	neuter	singular	það	það	því	þess
		plural	þau	þau	þeim	þeirra

Við sýnum þeim málverk.

veeth	synum	[pronoun, 3rd plural n, dative] theym	mal-werk
við	sýnum	þeim	málverk
we	show	them	painting

We show **them** a painting.

persp	gender	count	nomin	accus	dativ	genitiv
1st	any	singular	ég	mig	mér	mín
		plural	við	okkur	okkur	okkar
2nd	any	singular	þú	þig	þér	þín
		plural	þið	ykkur	ykkur	ykkar
3rd	masculine	singular	hann	hann	honum	hans
		plural	þeir	þá	þeim	þeirra
	feminine	singular	hún	hana	henni	hennar
		plural	þær	þær	þeim	þeirra
	neuter	singular	það	það	því	þess
		plural	þau	þau	þeim	þeirra

(case)

Ég gef þér pítsuna.

yeg	gef	[pronoun, 2nd singular, dative] theer	pizza	una
ég	gef	þér	pítsa	-una
i	give	you	pizza	the

I give **you** the pizza.

			case			
persp	gender	count	nomin	accus	dativ	genitiv
1st	any	singular	ég	mig	mér	mín
		plural	við	okkur	okkur	okkar
2nd	any	singular	þú	þig	**þér**	þín
		plural	þið	ykkur	ykkur	ykkar
3rd	masculine	singular	hann	hann	honum	hans
		plural	þeir	þá	þeim	þeirra
	feminine	singular	hún	hana	henni	hennar
		plural	þær	þær	þeim	þeirra
	neuter	singular	það	það	því	þess
		plural	þau	þau	þeim	þeirra

Things

Things have
- gender [**masculine** / **feminine** / **neuter**]
- count [**single** / **plural**]
- case [**nominative** / **accusative** / **dative** / **genitive**].

and can change spelling for count and case. Also, definite articles are included with the noun as a **suffix**, so they affect the spelling of the noun as well.

	a man	*the man*	*some men*	*the men*
nom	maður	maðurinn	menn	mennirnir
acc	mann	manninn	menn	mennina
dat	manni	manninum	mönnum	mönnunum
gen	manni	manninum	mönnum	mönnunum

	a woman	*the woman*	*some women*	*the women*
nom	kona	konan	konur	konurnar
acc	konu	konuna	konur	konurnar
dat	konu	konunni	konum	konunum
gen	konu	konunni	konum	konunum

	a child	*the child*	*some children*	*the children*
nom	barn	barnið	börn	börnin
acc	barn	barnið	börn	börnin
dat	barni	barninu	börnum	börnunum
gen	barni	barninu	börnum	börnunum

Hann át epli.

		[neuter, singular, accusative]
hahn	at	eplee
hann	át	epli
he	ate	apple

He ate an apple.

Apple / Epli [neuter]

indefinite	nominative	accusative	dative	genitive
singular	epli	epli	epli	eplis
plural	epli	epli	eplum	epla

definite	nominative	accusative	dative	genitive
singular	eplið	eplið	eplinu	eplisins
plural	eplin	eplin	eplunum	eplanna

Gamli hundurinn er að drekka vatn.

	[masculine, singular, nominative]	DEF ART				
gamlee	hoonder	inn	ehr	ath	drekka	vaten
gamli	hundur	-inn	er	að	drekka	vatn
old	dog	the	is	to	drink	water

The old dog is drinking water.

Dog / Hundur [masculine]

indefinite	nominative	accusative	dative	genitive
singular	hundur	hund	hundi	hunds
plural	hundar	hunda	hundum	hunda

definite	nominative	accusative	dative	genitive
singular	hundurinn	hundinn	hundinum	hundsins
plural	hundarnir	hundana	hundunum	hundanna

Hún kastaði **eplinu**.

hoon	kastathi	[neuter, singular, dative] ehplee	DEFINITE ARTICLE nu
hún	kastaði	epli	-nu
she	cast	apple	the

She threw the **apple**.

Apple / Epli [neuter]

indefinite	nominative	accusative	dative	genitive
singular	epli	epli	epli	eplis
plural	epli	epli	eplum	epla

definite	nominative	accusative	dative	genitive
singular	eplið	eplið	**eplinu**	eplisins
plural	eplin	eplin	eplunum	eplanna

Eplin eru í skálinni.

[neuter, plural, nominative] ehpli	DEFINITE ARTICLE n	ehru	ee	skal	innee
epli	-n	eru	í	skál	-inni
apples	the	are	in	bowl	the

The **apples** are in the bowl.

Apple / Epli [neuter]

indefinite	nominative	accusative	dative	genitive
singular	epli	epli	epli	eplis
plural	epli	epli	eplum	epla

definite	nominative	accusative	dative	genitive
singular	eplið	eplið	eplinu	eplisins
plural	**eplin**	eplin	eplunum	eplanna

Í fjölskyldunni okkar eru fjögur börn.

						[neuter, plural, accusative]
ee	fyolskilda	ni	okkar	eru	fyogur	born
í	fjölskylda	-nni	okkar	eru	fjögur	börn
in	family	the	our	has	4	children

Our family has four children.

Child / Barn [neuter]

indefinite	nominative	accusative	dative	genitive
singular	barn	barn	barni	barns
plural	börn	börn	börnum	barna

definite	nominative	accusative	dative	genitive
singular	barnið	barnið	barninu	barnsins
plural	börnin	börnin	börnunum	barnanna

Hundarnir eru sofandi.

[masculine, plural, nominative]	DEFINITE ARTICLE		
hundar	nir	ehru	sofandi
hundar	-nir	eru	sofandi
dogs	the	are	sleeping

The dogs are sleeping.

Dog / Hundur [masculine]

indefinite	nominative	accusative	dative	genitive
singular	hundur	hund	hundi	hunds
plural	hundar	hunda	hundum	hunda

definite	nominative	accusative	dative	genitive
singular	hundurinn	hundinn	hundinum	hundsins
plural	hundarnir	hundana	hundunum	hundanna

Definite Article

The definite article is added as a suffix to its target thing. The suffix changes spelling to match the target's gender, count, and case.

Bíll**inn** er í bílskúrnum.

[masculine, singular, nominative]	definite article suffix for [masculine, singular, nominative] noun				
beel	in	er	ee	beel-skoor	num
bíll	-inn	er	í	bílskúr	-num
car	the	is	in	garage	the

The car is in the garage.

masculine	nominative	accusative	dative	genitive
singular	**-inn** -nn	-inn -nn	-num	-ins -ns
plural	-nir -nar	-na -nar	-num	-nna

feminine	nominative	accusative	dative	genitive
singular	-in -n	-ina -na	-inni -nni	-innar -nnar
plural	-nar	-nar	-num	-nna

neuter	nominative	accusative	dative	genitive
singular	-ið	-ið	-nu	-ins
plural	-in	-in	-num	-nna

Hann drekkur heita vatnið.

han	drekkur	heita	[neuter, singular, accusative] vahtn	definite article suffix for [neuter, singular, accusative] noun ith
hann	drekkur	heita	vatn	-ið
he	drinks	hot	water	the

He drinks the hot water.

masculine	nominative	accusative	dative	genitive
singular	-inn -nn	-inn -nn	-num	-ins -ns
plural	-nir -nar	-na -nar	-num	-nna

feminine	nominative	accusative	dative	genitive
singular	-in -n	-ina -na	-inni -nni	-innar -nnar
plural	-nar	-nar	-num	-nna

neuter	nominative	accusative	dative	genitive
singular	-ið	-ið	-nu	-ins
plural	-in	-in	-num	-nna

Dömurnar eru gangandi.

[feminine, plural, nominative]	definite article suffix for [feminine, plural, nominative] noun		
dohmer	nar	ehru	gang-gandee
dömur	-nar	eru	gangandi
ladies	the	are	walking

The ladies are walking.

masculine	nominative	accusative	dative	genitive
singular	-inn -nn	-inn -nn	-num	-ins -ns
plural	-nir -nar	-na -nar	-num	-nna

feminine	nominative	accusative	dative	genitive
singular	-in -n	-ina -na	-inni -nni	-innar -nnar
plural	-nar	-nar	-num	-nna

neuter	nominative	accusative	dative	genitive
singular	-ið	-ið	-nu	-ins
plural	-in	-in	-num	-nna

Strákar**nir** borða hádegismat.

[masculine, plural, nominative]	definite article suffix for [masc. plural. nomin.] noun		
strah-kahr	neer	bortha	hah-degis-maht
strákar	-nir	borða	hádegismat
boys	the	eat	lunch

The boys eat lunch.

masculine	nominative	accusative	dative	genitive
singular	-inn -nn	-inn -nn	-num	-ins -ns
plural	**-nir** -nar	-na -nar	-num	-nna

feminine	nominative	accusative	dative	genitive
singular	-in -n	-ina -na	-inni -nni	-innar -nnar
plural	-nar	-nar	-num	-nna

neuter	nominative	accusative	dative	genitive
singular	-ið	-ið	-nu	-ins
plural	-in	-in	-num	-nna

Hún vill litla bílinn.

hoon	veel	litla	[masculine, singular, accusative] beel	definite article suffix for [masculine, singular, accusative] noun in
hún	vill	litla	bíl	-inn
she	wants	little	car	the

She wants **the** small car.

masculine	nominative	accusative	dative	genitive
singular	-inn -nn	**-inn** -nn	-num	-ins -ns
plural	-nir -nar	-na -nar	-num	-nna

feminine	nominative	accusative	dative	genitive
singular	-in -n	-ina -na	-inni -nni	-innar -nnar
plural	-nar	-nar	-num	-nna

neuter	nominative	accusative	dative	genitive
singular	-ið	-ið	-nu	-ins
plural	-in	-in	-num	-nna

Rauða húsið er nýtt.

rautha	hoos [neuter, singular, nominative]	ith	ehr	nyst
rauða	hús	-ið definite article for [neuter, singular, nominative] noun	er	nýtt
red	house	the	is	new

The red house is new.

masculine	nominative	accusative	dative	genitive
singular	-inn -nn	-inn -nn	-num	-ins -ns
plural	-nir -nar	-na -nar	-num	-nna

feminine	nominative	accusative	dative	genitive
singular	-in -n	-ina -na	-inni -nni	-innar -nnar
plural	-nar	-nar	-num	-nna

neuter	nominative	accusative	dative	genitive
singular	-ið	-ið	-nu	-ins
plural	-in	-in	-num	-nna

Indefinite Article

Icelandic does not use an explicit indefinite article.

Ég borðaði epli.

[neuter, plural, accusative]

yeg	borth-athi	ehp-lee
ég	borðaði	epli
i	ate	apple

I ate **an** apple.

Við sátum á stólum.

[masculine, plural, dative]

veeth	satum	ow	stolum
við	sátum	á	stólum
we	sat	on	chairs

We sat on **some** chairs.

Þau sofa á hóteli.

[neuter, singular, dative]

thuy	sofa	ow	hotel-ee
þau	sofa	á	hóteli
they	sleep	in	hotel

They sleep in **a** hotel.

Kona er að keyra bátinn.

[feminine, singular, nominative]

kona	ehr	ath	keyra	boat	in
kona	er	að	keyra	bát	-inn
woman	is	*continuous*	drive	boat	the

A woman is driving the boat.

Hann er í appelsínugulri skyrtu.

[feminine, singular, accusative]

han	ehr	ee	appel-seen-oo-gulree	skyrtu
hann	er	í	appelsínugulri	skyrtu
he	is	in	orange	shirt

He is wearing **an** orange shirt.

Lítill fugl nær ormi.

[masculine, singular, nominative]

leetill	foogl	nayr	ormee
lítill	fugl	nær	ormi
little	bird	catches	worm

A small bird catches a worm.

Descriptors for

objects
concepts
times
places

As a Linking Scene Complement

When a descriptor is used in the complement slot of a linking scene, it matches the gender, count, and case of the scene's subject.

As an Immediate Attribute to a Thing

When not placed in the complement position of a linking scene, descriptors are used as immediate neighbors to things. When used in this manner, they go before their target, and change spelling to match the target's gender, count, and case. They can also change spelling depending on whether the target has an associated definite article or not.

Stóra húsið er á hæðinni.

attributive matches [neuter, singular, nominative] noun →	[neuter, singular, nominative]	DEFINITE ARTICLE				
storah	hoos	ith	ehr	a	hathi	ni
stóra	hús	-ið	er	á	hæði	-nni
big	house	the	is	at	hill	the

The big house is on the hill.

Big / Stór-

attributive (and predicative) forms:

with definite article

gender	count	nomin	accus	dativ	genitiv
masculine	singular	stóri	stóra	stóra	stóra
masculine	plural	stóru	stóru	stóru	stóru
feminine	singular	stóra	stóru	stóru	stóru
feminine	plural	stóru	stóru	stóru	stóru
neuter	singular	stóra	stóra	stóra	stóra
neuter	plural	stóru	stóru	stóru	stóru

without definite article

gender	count	nomin	accus	dativ	genitiv
masculine	singular	stór	stóran	stórum	stórs
masculine	plural	stórir	stóra	stórum	stórra
feminine	singular	stór	stóra	stórri	stórrar
feminine	plural	stórar	stórar	stórum	stórra
neuter	singular	stórt	stórt	stóru	stórs
neuter	plural	stór	stór	stórum	stórra

Ég keypti **nýjan** hatt.

		attributive adjective matches [masculine, singular, accusative] noun →	[masculine, singular, accusative]
yai	kayptee	nyan	hat
ég	keypti	**nýjan**	hatt
i	bought	new	hat

I bought a **new** hat.

New / Ný-

attributive (and predicative) forms:

with definite article

gender	count	nomin	accus	dativ	genitiv
masculine	singular	nýi	nýja	nýja	nýja
	plural	nýju	nýju	nýju	nýju
feminine	singular	nýja	nýju	nýju	nýju
	plural	nýju	nýju	nýju	nýju
neuter	singular	nýja	nýja	nýja	nýja
	plural	nýju	nýju	nýju	nýju

without definite article

gender	count	nomin	accus	dativ	genitiv
masculine	singular	nýr	**nýjan**	nýjum	nýs
	plural	nýir	nýja	nýjum	nýrra
feminine	singular	ný	nýja	nýrri	nýrrar
	plural	nýjar	nýjar	nýjum	nýrra
neuter	singular	nýtt	nýtt	nýju	nýs
	plural	ný	ný	nýjum	nýrra

Það er gott.

[pronoun, 3rd singular n, nominative]		*predicative adjective* matches ← [neuter, singular, nominative] subject
thath	ehr	goht
Það	er	gott
it	is	good

It is good.

Good / Góð-

attributive (and predicative) forms:

with definite article

gender	count	nomin	accus	dativ	genitiv
masculine	singular	góði	góða	góða	góða
	plural	góðu	góðu	góðu	góðu
feminine	singular	góða	góðu	góðu	góðu
	plural	góðu	góðu	góðu	góðu
neuter	singular	góða	góða	góða	góða
	plural	góðu	góðu	góðu	góðu

without definite article

gender	count	nomin	accus	dativ	genitiv
masculine	singular	góður	góðan	góðum	góðs
	plural	góðir	góða	góðum	góðra
feminine	singular	góð	góða	góðri	góðrar
	plural	góðar	góðar	góðum	góðra
neuter	singular	gott	gott	góðu	góðs
	plural	góð	góð	góðum	góðra

Við hlustum á **háværa** tónlist.

veeth	hloostum	ah	*attributive adjective* matches [feminine, singular, accusative] noun → havara	[feminine, singular, accusative] tone-list
við	hlustum	á	**háværa**	tónlist
we	listen	to	loud	music

We listen to **loud** music.

Loud / Hávær-

attributive (and predicative) forms:

with definite article

gender	count	nomin	accus	dativ	genitiv
masculine	singular	háværi	háværa	háværa	háværa
	plural	háværu	háværu	háværu	háværu
feminine	singular	háværa	háværu	háværu	háværu
	plural	háværu	háværu	háværu	háværu
neuter	singular	háværa	háværa	háværa	háværa
	plural	háværu	háværu	háværu	háværu

without definite article

gender	count	nomin	accus	dativ	genitiv
masculine	singular	hávær	háværan	háværum	háværs
	plural	háværir	háværa	háværum	háværra
feminine	singular	hávær	**háværa**	háværri	háværrar
	plural	háværar	háværar	háværum	háværra
neuter	singular	hávært	hávært	háværu	háværs
	plural	hávær	hávær	háværum	háværra

60

Ég keypti **stórt** hús.

yai	kayptee	*attributive adjective* matches [neuter, singular, nominative] noun →	[neuter, singular, nominative]
ég	keypti	stort	hoos
i	bought	**stórt**	hús
		big	house

I bought a **big** house.

Big / Stór-

attributive (and predicative) forms:

with definite article

gender	count	nomin	accus	dativ	genitiv
masculine	singular	stóri	stóra	stóra	stóra
	plural	stóru	stóru	stóru	stóru
feminine	singular	stóra	stóru	stóru	stóru
	plural	stóru	stóru	stóru	stóru
neuter	singular	stóra	stóra	stóra	stóra
	plural	stóru	stóru	stóru	stóru

without definite article

gender	count	nomin	accus	dativ	genitiv
masculine	singular	stór	stóran	stórum	stórs
	plural	stórir	stóra	stórum	stórra
feminine	singular	stór	stóra	stórri	stórrar
	plural	stórar	stórar	stórum	stórra
neuter	singular	**stórt**	stórt	stóru	stórs
	plural	stór	stór	stórum	stórra

Háværa tónlistin kemur úr útvarpinu.

attributive adjective matches [neuter, singular, dativ] noun →	[neuter, singular, dativ]	DEF ART				
havara	tone-list	in	kemur	uur	uutvarp	inu
háværa	tónlist	-in	kemur	úr	útvarp	-inu
loud	music	the	comes	out	radio	the

The **loud** music is coming from the radio.

Loud / Hávær-

attributive (and predicative) forms:

with definite article

gender	count	nomin	accus	dativ	genitiv
masculine	singular	háværi	háværa	háværa	háværa
	plural	háværu	háværu	háværu	háværu
feminine	singular	háværa	háværu	háværu	háværu
	plural	háværu	háværu	háværu	háværu
neuter	singular	háværa	háværa	**háværa**	háværa
	plural	háværu	háværu	háværu	háværu

without definite article

gender	count	nomin	accus	dativ	genitiv
masculine	singular	hávær	háværan	háværum	háværs
	plural	háværir	háværa	háværum	háværra
feminine	singular	hávær	háværa	háværri	háværrar
	plural	háværar	háværar	háværum	háværra
neuter	singular	hávært	hávært	háværu	háværs
	plural	hávær	hávær	háværum	háværra

Hann veiddi **lítinn** fisk.

han	veidi	*attributive adjective* matches [masculine, singular, accusative] noun →	[masculine, singular, accusative]
han	veidi	leetin	fisk
hann	veiddi	**lítinn**	fisk
he	caught	little	fish

He caught a **small** fish.

Small / Lit-

attributive (and predicative) forms:

with definite article

gender	count	nomin	accus	dativ	genitiv
masculine	singular	litli	litla	litla	litla
	plural	litlu	litlu	litlum	litlu
feminine	singular	litla	litlu	litlu	litlu
	plural	litlu	litlu	litlum	litlu
neuter	singular	litla	litla	litla	litla
	plural	litlu	litlu	litlum	litlu

without definite article

gender	count	nomin	accus	dativ	genitiv
masculine	singular	lítill	**lítinn**	litlum	lítils
	plural	litlir	litla	litlum	lítilla
feminine	singular	lítil	litla	lítilli	lítillar
	plural	litlar	litlar	litlum	lítilla
neuter	singular	lítit	lítit	litlu	lítils
	plural	lítil	lítil	litlum	lítilla

Fullorðnir eru **gamlir**.

[masculine, plural, nominative]		*predicative adjective* matches ← [masculine, plural, nominative] subject
fullorthnir	ehru	gamleer
fullorðnir	**eru**	**gamlir**
adults	are	old

Adults are **old**.

Old / Gam-

attributive (and predicative) forms:

with definite article

gender	count	nomin	accus	dativ	genitiv
masculine	singular	gamli	gamla	gamla	gamla
	plural	gǫmlu	gǫmlu	gǫmlum	gǫmlu
feminine	singular	gamla	gǫmlu	gǫmlu	gǫmlu
	plural	gǫmlu	gǫmlu	gǫmlum	gǫmlu
neuter	singular	gamla	gamla	gamla	gamla
	plural	gǫmlu	gǫmlu	gǫmlum	gǫmlu

without definite article

gender	count	nomin	accus	dativ	genitiv
masculine	singular	gamall	gamlan	gǫmlum	gamals
	plural	**gamlir**	gamla	gǫmlum	gamalla
feminine	singular	gǫmul	gamla	gamalli	gamallar
	plural	gamlar	gamlar	gǫmlum	gamalla
neuter	singular	gamalt	gamalt	gǫmlu	gamals
	plural	gǫmul	gǫmul	gǫmlum	gamalla

Descriptors for

processes
states

Not Used as a Linking Scene Complement

Descriptors for processes or states are usually not used as the complement item of a linking scene.

As an Immediate Attribute

It is much more common to use descriptors of processes and states in the attributive manner, regardless of whether or not their target is being used as the verb in a scene or as a thing.

Hún hleypur **hratt**.

hoon	hleypur	hratt
hún	hleypur	hratt
she	runs	quickly

She runs **quickly**.

Hann er **alltaf** svangur.

han	ehr	alltav	svangur
hann	er	alltaf	svangur
he	is	always	hungry

He is **always** hungry.

Við syngjum **hamingjusamlega**.

vith	sing-yum	haming-yusam-lega
við	syngjum	hamingjusamlega
we	sing	happily

We sing **happily**.

Descriptor + Thing

Example Sentences

Litli kötturinn hoppar.

[masculine, singular, nominative]→	[masculine, singular, nominative]	[masculine, singular, ← nominative]	
litli	kottur	in	hoppar
litli	köttur	-inn	hoppar
little	cat	the	hops

The small cat jumps.

Hávaxni, granni maðurinn drekkur.

[masculine, singular, nominative]→	[masculine, singular, nominative]→	[masculine, singular, nominative]	[masculine, singular, ← nominative]	
havax-nee	grahn-nee	mathur	in	drekkur
hávaxni	granni	maður	-inn	drekkur
tall	thin	man	the	drinks

The tall, thin man drinks.

Brúna kúin sefur.

[neuter, plural, nominative]→	[neuter, plural, nominative]	[neuter, plural, ← nominative]	
broon-ah	koo	in	sefur
brúna	kú	-in	sefur
brown	cow	the	sleeps

The brown cow sleeps.

Hann þekkir **gáfaða konu**.

		[feminine, singular, accusative]→	[feminine, singular, accusative]
han	thekkir	gafatha	konu
hann	þekkir	gáfaða	konu
he	knows	smart	woman

He knows **a smart woman**.

Fjóru appelsínugulu fiskarnir mínir synda.

	[masculine, plural, nominative]→	[masculine, plural, nominative]	[masculine, plural, ← nomin]	[masculine, plural, ← nomin]	
fyoru	appelseenu-gulu	fiskar	nir	meenir	sindah
fjóru	appelsínugulu	fiskar	-nir	mínir	synda
4	orange	fish	the	my	swim

My four orange fish swim.

Eldhúsið þeirra hefur **marga stóra glugga**.

[neuter, singular, nominative]	[neuter, singular, ←nomin]	[neuter, singular, ←nomin]		[masculine, plural, accus] →	[masculine, plural, accus] →	[masculine, plural, accusative]
eldhoos	ith	theirra	hefur	marga	stohra	gloogga
eldhús	-ið	þeirra	hefur	marga	stóra	glugga
kitchen	the	their	has	many	big	windows

Their kitchen has **many big windows**.

Það eru **fjórir litlir, rauðir fuglar** hér.

		[masculine, plural, nomin] →	[masculine, plural, nomin] →	[masculine, plural, nomin] →	[masculine, plural, nominative]	
thath	ehru	fyorir	litleer	rauthir	fooglar	here
það	eru	fjórir	litlir	rauðir	fuglar	hér
that	are	4	little	red	birds	here

There are **four small, red birds** here.

Ég vil borða **tíu sætar smákökur**.

			[feminine, plural, accusative] →	[feminine, plural, accusative]
yeg	veel	bortha	tee-oo	saitar	smau-kokur
ég	vil	borða	tíu	sætar	smákökur
i	want	eat	10	sweet	cookies

I want to eat **ten sweet cookies**.

Fjórtán brúnir ormar lifa neðanjarðar.

[masculine, plural, nominative] →	[masculine, plural, nominative]			
fyort-ahn	broon-eer	ormar	leefa	nethan-yarthar
fjórtán	brúnir	ormar	lifa	neðanjarðar
14	brown	worms	live	underground

Fourteen brown worms live underground.

Verbs

What are Verbs

Verbs are processes or states that are used in the verb slot of a scene. In Icelandic, verbs have mood, tense, and aspect. Also, they match the scene's subject.

1 - Moods

There are three moods in Icelandic: indicative, subjunctive, and imperative.

- *Imperative* is used for giving commands.
- *Subjunctive* is to express a personal belief or opinion.
- *Indicative* is for making statements of facts or talking about things that are known as being true.

In this book, only the imperative is discussed, as it is the most commonly used mood.

2 - Tense

There are three tenses in Icelandic: *past*, *present*, and *future*. These are self explanatory. Past tense is used to discuss things in the past, present tense for the present, and future tense for things that will happen in the future.

3 - Aspect

There are two aspects: *imperfect / continuous* and *perfect*.

- *Imperfect* refers to processes or states that do not have a clear ending point, or have not ended yet.
- *Perfect* refers to processes or states that do have a clear ending point, or have already finished.

4 - Subject Agreement

In Icelandic, the spelling of the verb in a sentence changes depending on the subject's perspective and count.

Spelling and Extra Words

Icelandic verbs recognize these four characteristics, either by adding so-called auxiliary verbs or by changing their spelling. Examples of this are demonstrated in the remainder of this chapter.

Icelandic verbs change spelling to match the subject...

ég **borða**		i **eat**	
við **borðum**		we **eat**	
þú **borðar**		you **eat**	
þið **borðið**		you all **eat**	
hann **borðar**		he **eats**	
þeir **borða**		they **eat**	
hún **borðar**		she **eats**	
þær **borða**		they **eat**	

---

and for tense and aspect

ég			borð**aði**	i			**ate**
ég		var að	borð**a**	i		was	**eating**
ég	hafði		borð**að**	i	had		**eaten**
ég	hafði verið að		borð**a**	i	had	been	**eating**
ég			borð**a**	i			**eat**
ég		er að	borð**a**	i		am	**eating**
ég	hef		borð**að**	i	have		**eaten**
ég	hef	verið	borð**uð**	i	have	been	**eating**
ég mun			borð**a**	i will			**eat**
ég mun		vera að	borð**a**	i will		be	**eating**
ég mun hafa			borð**að**	i will	have		**eaten**
ég mun hafa		verið	borð**uð**	i will	have	been	**eating**

Ég **fór** í búðina.

ég	[past] **fór**	í	búð	-ina
i	went	in	store	the

I **went** to the store.

To Go / Fara

indicative mood:

	ég	við	þú	þið	hann	þeir
past	**fór**	fórum	fórst	fóruð	fór	fóru
past continuous	var að fara	vorum að fara	varst að fara	voruð að fara	var að fara	voru að fara
past perfect	hafði farið	höfðum farið	hafðir farið	höfðuð farið	hafði farið	höfðu farið
past perfect continuous	hafði verið að fara	höfðum verið að fara	hafðir verið að fara	höfðuð verið að fara	hafði verið að fara	höfðu verið að fara
present	fer	förum	ferð	farið	fer	fara
present continuous	er að fara	erum að fara	ert að fara	eruð að fara	er að fara	eru að fara
present perfect	hef farið	höfum farið	hefur farið	hafið farið	hefur farið	hafa farið
present perf continuous	hef verið að fara	höfum verið að fara	hefur verið að fara	hafið verið að fara	hefur verið að fara	hafa verið að fara
future	mun fara	munum fara	munt fara	munuð fara	mun fara	munu fara
future continuous	mun vera að fara	munum vera að fara	munt vera að fara	munuð vera að fara	mun vera að fara	munu vera að fara
future perfect	mun hafa farið	munum hafa farið	munt hafa farið	munuð hafa farið	mun hafa farið	munu hafa farið
future perf continuous	mun hafa verið að fara	munum hafa verið að fara	munt hafa verið að fara	munuð hafa verið að fara	mun hafa verið að fara	munu hafa verið að fara

past participle: farið   *present participle:* farandi

þeir **voru fljúgandi**.

	[past]	[present participle]
þeir	voru	fljúgandi
they	were	flying

They **were flying**.

To Fly / Fljúga

indicative mood:

	ég	við	þú	þið	hann	þeir
past	flaug	flugum	flaugst	fluguð	flaug	flugu
past continuous	var að fljúga	vorum að fljúga	varst að fljúga	voruð að fljúga	var að fljúga	**voru að fljúga**
past perfect	hafði flogið	höfðum flogið	hafðir flogið	höfðuð flogið	hafði flogið	höfðu flogið
past perfect continuous	hafði verið að fljúga	höfðum verið að fljúga	hafðir verið að fljúga	höfðuð verið að fljúga	hafði verið að fljúga	höfðu verið að fljúga
present	flýg	fljúgum	flýgur	fljúgið	flýgur	fljúga
present continuous	er að fljúga	erum að fljúga	ert að fljúga	eruð að fljúga	er að fljúga	eru að fljúga
present perfect	hef flogið	höfum flogið	hefur flogið	hafið flogið	hefur flogið	hafa flogið
present perf continuous	hef verið að fljúga	höfum verið að fljúga	hefur verið að fljúga	hafið verið að fljúga	hefur verið að fljúga	hafa verið að fljúga
future	mun fljúga	munum fljúga	munt fljúga	munuð fljúga	mun fljúga	munu fljúga
future continuous	mun vera að fljúga	munum vera að fljúga	munt vera að fljúga	munuð vera að fljúga	mun vera að fljúga	munu vera að fljúga
future perfect	mun hafa flogið	munum hafa flogið	munt hafa flogið	munuð hafa flogið	mun hafa flogið	munu hafa flogið
future perf continuous	mun hafa verið að fljúga	munum hafa verið að fljúga	munt hafa verið að fljúga	munuð hafa verið að fljúga	mun hafa verið að fljúga	munu hafa verið að fljúga

past participle: flogið   *present participle:* **fljúgandi**

76

Ég hafði talað í gær.

	[past]	[past participle]	
ég	hafði	talað	í gær
i	had	talked	yesterday

I **had spoken** yesterday.

To Speak / Tala

indicative mood:

	ég	við	þú	þið	hann	þeir
past	talaði	töluðum	talaðir	töluðuð	talaði	töluðu
past continuous	var að tala	vorum að tala	varst að tala	voruð að tala	var að tala	voru að tala
past perfect	**hafði talað**	höfðum talað	hafðir talað	höfðuð talað	hafði talað	höfðu talað
past perfect continuous	hafði verið að tala	höfðum verið að tala	hafðir verið að tala	höfðuð verið að tala	hafði verið að tala	höfðu verið að tala
present	tala	tölum	talar	talið	talar	tala
present continuous	er að tala	erum að tala	ert að tala	eruð að tala	er að tala	eru að tala
present perfect	hef talað	höfum talað	hefur talað	hafið talað	hefur talað	hafa talað
present perf continuous	hef verið að tala	höfum verið að tala	hefur verið að tala	hafið verið að tala	hefur verið að tala	hafa verið að tala
future	mun tala	munum tala	munt tala	munuð tala	mun tala	munu tala
future continuous	mun vera að tala	munum vera að tala	munt vera að tala	munuð vera að tala	mun vera að tala	munu vera að tala
future perfect	mun hafa talað	munum hafa talað	munt hafa talað	munuð hafa talað	mun hafa talað	munu hafa talað
future perf continuous	mun hafa verið að tala	munum hafa verið að tala	munt hafa verið að tala	munuð hafa verið að tala	mun hafa verið að tala	munu hafa verið að tala

past participle: talað   *present participle:* talandi

Hún **hafði verið að synda** áður en það var.

	[past]	[past participle]	[infinitive]				
hún	**hafði**	**verið**	**að synda**	áður	en	það	var
she	had	been	to	before	than	it	was

She **had been swimming** before then.

To Swim / Synda

indicative mood:

	ég	við	þú	þið	hann	þeir
past	synti	syntum	syntir	syntuð	synti	syntu
past continuous	var að synda	vorum að synda	varst að synda	voruð að synda	var að synda	voru að synda
past perfect	hafði synt	höfðum synt	hafðir synt	höfðuð synt	hafði synt	höfðu synt
past perfect continuous	hafði verið að synda	höfðum verið að synda	hafðir verið að synda	höfðuð verið að synda	**hafði verið að synda**	höfðu verið að synda
present	syndi	syndum	syndir	syndið	syndir	synda
present continuous	er að synda	erum að synda	ert að synda	eruð að synda	er að synda	eru að synda
present perfect	hef synt	höfum synt	hefur synt	hafið synt	hefur synt	hafa synt
present perf continuous	hef verið að synda	höfum verið að synda	hefur verið að synda	hafið verið að synda	hefur verið að synda	hafa verið að synda
future	mun synda	munum synda	munt synda	munuð synda	mun synda	munu synda
future continuous	mun vera að synda	munum vera að synda	munt vera að synda	munuð vera að synda	mun vera að synda	munu vera að synda
future perfect	mun hafa synt	munum hafa synt	munt hafa synt	munuð hafa synt	mun hafa synt	munu hafa synt
future perf continuous	mun hafa verið að synda	munum hafa verið að synda	munt hafa verið að synda	munuð hafa verið að synda	mun hafa verið að synda	munu hafa verið að synda

past participle: synt   *present participle:* syndandi

Við **eigum** fimm hunda.

við	[present] **eigum**		fimm	hunda
we	own		five	hounds

We **have** five dogs.

To Own / Eiga

indicative mood:

	ég	við	þú	þið	hann	þeir
past	átti	áttum	áttir	áttuð	átti	áttu
past continuous	var að eiga	vorum að eiga	varst að eiga	voruð að eiga	var að eiga	voru að eiga
past perfect	hafði átt	höfðum átt	hafðir átt	höfðuð átt	hafði átt	höfðu átt
past perfect continuous	hafði verið að eiga	höfðum verið að eiga	hafðir verið að eiga	höfðuð verið að eiga	hafði verið að eiga	höfðu verið að eiga
present	á	**eigum**	átt	eigið	á	eiga
present continuous	er að eiga	erum að eiga	ert að eiga	eruð að eiga	er að eiga	eru að eiga
present perfect	hef átt	höfum átt	hefur átt	hafið átt	hefur átt	hafa átt
present perf continuous	hef verið að eiga	höfum verið að eiga	hefur verið að eiga	hafið verið að eiga	hefur verið að eiga	hafa verið að eiga
future	mun eiga	munum eiga	munt eiga	munuð eiga	mun eiga	munu eiga
future continuous	mun vera að eiga	munum vera að eiga	munt vera að eiga	munuð vera að eiga	mun vera að eiga	munu vera að eiga
future perfect	mun hafa átt	munum hafa átt	munt hafa átt	munuð hafa átt	mun hafa átt	munu hafa átt
future perf continuous	mun hafa verið að eiga	munum hafa verið að eiga	munt hafa verið að eiga	munuð hafa verið að eiga	mun hafa verið að eiga	munu hafa verið að eiga

past participle: átt   *present participle:* eigandi

Þú ert að hoppa.

	[present]	[infinitive]
Þú	ert	að hoppa
you	are	to jump

You are jumping.

To Hop / Hoppa

indicative mood:

	ég	við	þú	þið	hann	þeir
past	hoppaði	hoppaðum	hoppaðir	hoppaðuð	hoppaði	hoppaðu
past continuous	var að hoppa	vorum að hoppa	varst að hoppa	voruð að hoppa	var að hoppa	voru að hoppa
past perfect	hafði hoppað	höfðum hoppað	hafðir hoppað	höfðuð hoppað	hafði hoppað	höfðu hoppað
past perfect continuous	hafði verið að hoppa	höfðum verið að hoppa	hafðir verið að hoppa	höfðuð verið að hoppa	hafði verið að hoppa	höfðu verið að hoppa
present	hoppa	hoppum	hoppar	hoppið	hoppar	hoppa
present continuous	er að hoppa	erum að hoppa	ert að hoppa	eruð að hoppa	er að hoppa	eru að hoppa
present perfect	hef hoppað	höfum hoppað	hefur hoppað	hafið hoppað	hefur hoppað	hafa hoppað
present perf continuous	hef verið að hoppa	höfum verið að hoppa	hefur verið að hoppa	hafið verið að hoppa	hefur verið að hoppa	hafa verið að hoppa
future	mun hoppa	munum hoppa	munt hoppa	munuð hoppa	mun hoppa	munu hoppa
future continuous	mun vera að hoppa	munum vera að hoppa	munt vera að hoppa	munuð vera að hoppa	mun vera að hoppa	munu vera að hoppa
future perfect	mun hafa hoppað	munum hafa hoppað	munt hafa hoppað	munuð hafa hoppað	mun hafa hoppað	munu hafa hoppað
future perf continuous	mun hafa verið að hoppa	munum hafa verið að hoppa	munt hafa verið að hoppa	munuð hafa verið að hoppa	mun hafa verið að hoppa	munu hafa verið að hoppa

past participle: hoppað   *present participle:* hoppandi

Þú **hefur spurt** mörgum sinnum.

	[present]	[past participle]		
Þú	hefur	spurt	mörgum	sinnum
you	have	asked	many	times

You **have asked** many times.

To Ask / Spyrja

indicative mood:

	ég	við	þú	þið	hann	þeir
past	spurði	spurðum	spurðir	spurðuð	spurði	spurðu
past continuous	var að spyrja	vorum að spyrja	varst að spyrja	voruð að spyrja	var að spyrja	voru að spyrja
past perfect	hafði spurt	höfðum spurt	hafðir spurt	höfðuð spurt	hafði spurt	höfðu spurt
past perfect continuous	hafði verið að spyrja	höfðum verið að spyrja	hafðir verið að spyrja	höfðuð verið að spyrja	hafði verið að spyrja	höfðu verið að spyrja
present	spyr	spyrjum	spyrð	spyrjið	spyr	spyrja
present continuous	er að spyrja	erum að spyrja	ert að spyrja	eruð að spyrja	er að spyrja	eru að spyrja
present perfect	hef spurt	höfum spurt	**hefur spurt**	hafið spurt	hefur spurt	hafa spurt
present perf continuous	hef verið að spyrja	höfum verið að spyrja	hefur verið að spyrja	hafið verið að spyrja	hefur verið að spyrja	hafa verið að spyrja
future	mun spyrja	munum spyrja	munt spyrja	munuð spyrja	mun spyrja	munu spyrja
future continuous	mun vera að spyrja	munum vera að spyrja	munt vera að spyrja	munuð vera að spyrja	mun vera að spyrja	munu vera að spyrja
future perfect	mun hafa spurt	munum hafa spurt	munt hafa spurt	munuð hafa spurt	mun hafa spurt	munu hafa spurt
future perf continuous	mun hafa verið að spyrja	munum hafa verið að spyrja	munt hafa verið að spyrja	munuð hafa verið að spyrja	mun hafa verið að spyrja	munu hafa verið að spyrja

past participle: spurt   *present participle:* spyrjandi

Í dag **höfum** við **verið að spila** tölvuleiki.

	[present]		[past participle]	[infinitive]	
Í dag	**höfum**	við	**verið**	**að spila**	tölvuleiki
today	have	we	been	to play	video games

Today, we have been playing computer games.

To Play / Spila

indicative mood:

	ég	við	þú	þið	hann	þeir
past	spilaði	spiluðum	spilaðir	spiluðuð	spilaði	spiluðu
past continuous	var að spila	vorum að spila	varst að spila	voruð að spila	var að spila	voru að spila
past perfect	hafði spilað	höfðum spilað	hafðir spilað	höfðuð spilað	hafði spilað	höfðu spilað
past perfect continuous	hafði verið að spila	höfðum verið að spila	hafðir verið að spila	höfðuð verið að spila	hafði verið að spila	höfðu verið að spila
present	spila	spilum	spilar	spilið	spilar	spila
present continuous	er að spila	erum að spila	ert að spila	eruð að spila	er að spila	eru að spila
present perfect	hef spilað	höfum spilað	hefur spilað	hafið spilað	hefur spilað	hafa spilað
present perf continuous	hef verið að spila	**höfum verið að spila**	hefur verið að spila	hafið verið að spila	hefur verið að spila	hafa verið að spila
future	mun spila	munum spila	munt spila	munuð spila	mun spila	munu spila
future continuous	mun vera að spila	munum vera að spila	munt vera að spila	munuð vera að spila	mun vera að spila	munu vera að spila
future perfect	mun hafa spilað	munum hafa spilað	munt hafa spilað	munuð hafa spilað	mun hafa spilað	munu hafa spilað
future perf continuous	mun hafa verið að spila	munum hafa verið að spila	munt hafa verið að spila	munuð hafa verið að spila	mun hafa verið að spila	munu hafa verið að spila

past participle: spilað   *present participle:* spilandi

Á morgun **mun** hún **skrifa** sögu.

á morgun	**[present]** **mun**	hún	**[infinitive]** **skrifa**	sögu
tomorrow	**will**	she	**write**	story

Tomorrow, she **will write** a story.

To Write / Skrifa

indicative mood:

	ég	við	þú	þið	hann	þeir
past	skrifaði	skrifaðum	skrifaðir	skrifaðuð	skrifaði	skrifaðu
past continuous	var að skrifa	vorum að skrifa	varst að skrifa	voruð að skrifa	var að skrifa	voru að skrifa
past perfect	hafði skrifað	höfðum skrifað	hafðir skrifað	höfðuð skrifað	hafði skrifað	höfðu skrifað
past perfect continuous	hafði verið að skrifa	höfðum verið að skrifa	hafðir verið að skrifa	höfðuð verið að skrifa	hafði verið að skrifa	höfðu verið að skrifa
present	skrifa	skrifum	skrifar	skrifið	skrifar	skrifa
present continuous	er að skrifa	erum að skrifa	ert að skrifa	eruð að skrifa	er að skrifa	eru að skrifa
present perfect	hef skrifað	höfum skrifað	hefur skrifað	hafið skrifað	hefur skrifað	hafa skrifað
present perf continuous	hef verið að skrifa	höfum verið að skrifa	hefur verið að skrifa	hafið verið að skrifa	hefur verið að skrifa	hafa verið að skrifa
future	mun skrifa	munum skrifa	munt skrifa	munuð skrifa	**mun skrifa**	munu skrifa
future continuous	mun vera að skrifa	munum vera að skrifa	munt vera að skrifa	munuð vera að skrifa	mun vera að skrifa	munu vera að skrifa
future perfect	mun hafa skrifað	munum hafa skrifað	munt hafa skrifað	munuð hafa skrifað	mun hafa skrifað	munu hafa skrifað
future perf continuous	mun hafa verið að skrifa	munum hafa verið að skrifa	munt hafa verið að skrifa	munuð hafa verið að skrifa	mun hafa verið að skrifa	munu hafa verið að skrifa

past participle: skrifað   *present participle:* skrifandi

83

þær munu vera að læra.

þær	[present] munu	[infinitive] vera	[infinitive] að læra
they	will	be	to study

They will be studying.

To Study / Læra

indicative mood:

	ég	við	þú	þið	hann	þeir
past	lærði	lærðum	lærðir	lærðuð	lærði	lærðu
past continuous	var að læra	vorum að læra	varst að læra	voruð að læra	var að læra	voru að læra
past perfect	hafði lært	höfðum lært	hafðir lært	höfðuð lært	hafði lært	höfðu lært
past perfect continuous	hafði verið að læra	höfðum verið að læra	hafðir verið að læra	höfðuð verið að læra	hafði verið að læra	höfðu verið að læra
present	læri	lærum	lærir	lærið	lærir	læra
present continuous	er að læra	erum að læra	ert að læra	eruð að læra	er að læra	eru að læra
present perfect	hef lært	höfum lært	hefur lært	hafið lært	hefur lært	hafa lært
present perf continuous	hef verið að læra	höfum verið að læra	hefur verið að læra	hafið verið að læra	hefur verið að læra	hafa verið að læra
future	mun læra	munum læra	munt læra	munuð læra	mun læra	munu læra
future continuous	mun vera að læra	munum vera að læra	munt vera að læra	munuð vera að læra	mun vera að læra	munu vera að læra
future perfect	mun hafa lært	munum hafa lært	munt hafa lært	munuð hafa lært	mun hafa lært	munu hafa lært
future perf continuous	mun hafa verið að læra	munum hafa verið að læra	munt hafa verið að læra	munuð hafa verið að læra	mun hafa verið að læra	munu hafa verið að læra

past participle: lært   *present participle:* lærandi

Ég mun hafa borðað hádegismat áður en ég fer.

[present] [infinitive] [past partic]

ég	mun	hafa	borðað	hádegismat	áður	en	ég	fer
i	will	have	eaten	lunch	before	than	i	go

I will have eaten lunch before I leave.

To Eat / Borða

indicative mood:

	ég	við	þú	þið	hann	þeir
past	borðaði	borðaðum	borðaðir	borðaðuð	borðaði	borðaðu
past continuous	var að borða	vorum að borða	varst að borða	voruð að borða	var að borða	voru að borða
past perfect	hafði borðað	höfðum borðað	hafðir borðað	höfðuð borðað	hafði borðað	höfðu borðað
past perfect continuous	hafði verið að borða	höfðum verið að borða	hafðir verið að borða	höfðuð verið að borða	hafði verið að borða	höfðu verið að borða
present	borða	borðum	borðar	borðið	borðar	borða
present continuous	er að borða	erum að borða	ert að borða	eruð að borða	er að borða	eru að borða
present perfect	hef borðað	höfum borðað	hefur borðað	hafið borðað	hefur borðað	hafa borðað
present perf continuous	hef verið að borða	höfum verið að borða	hefur verið að borða	hafið verið að borða	hefur verið að borða	hafa verið að borða
future	mun borða	munum borða	munt borða	munuð borða	mun borða	munu borða
future continuous	mun vera að borða	munum vera að borða	munt vera að borða	munuð vera að borða	mun vera að borða	munu vera að borða
future perfect	mun hafa borðað	munum hafa borðað	munt hafa borðað	munuð hafa borðað	mun hafa borðað	munu hafa borðað
future perf continuous	mun hafa verið að borða	munum hafa verið að borða	munt hafa verið að borða	munuð hafa verið að borða	mun hafa verið að borða	munu hafa verið að borða

past participle: borðað   *present participle:* borðandi

þær **munu hafa verið að bíða** í klukkutíma.

[present]	[infinitive]	[past participle]	[infinitive]

þær	munu	hafa	verið	að bíða	í	klukkutíma
they	will	have	been	to wait	in	hour

They **will have been waiting** for an hour.

To Wait / Bíða

indicative mood:

	ég	við	þú	þið	hann	þeir
past	beið	biðum	beiðst	biðuð	beið	biðu
past continuous	var að beðið	vorum að beðið	varst að beðið	voruð að beðið	var að beðið	voru að beðið
past perfect	hafði beðið	höfðum beðið	hafðir beðið	höfðuð beðið	hafði beðið	höfðu beðið
past perfect continuous	hafði verið að beðið	höfðum verið að beðið	hafðir verið að beðið	höfðuð verið að beðið	hafði verið að beðið	höfðu verið að beðið
present	bíð	bíðum	bíður	bíðið	bíður	bíða
present continuous	er að beðið	erum að beðið	ert að beðið	eruð að beðið	er að beðið	eru að beðið
present perfect	hef beðið	höfum beðið	hefur beðið	hafið beðið	hefur beðið	hafa beðið
present perf continuous	hef verið að beðið	höfum verið að beðið	hefur verið að beðið	hafið verið að beðið	hefur verið að beðið	hafa verið að beðið
future	mun bíða	munum bíða	munt bíða	munuð bíða	mun bíða	munu bíða
future continuous	mun vera að beðið	munum vera að beðið	munt vera að beðið	munuð vera að beðið	mun vera að beðið	munu vera að beðið
future perfect	mun hafa beðið	munum hafa beðið	munt hafa beðið	munuð hafa beðið	mun hafa beðið	munu hafa beðið
future perf continuous	mun hafa verið að beðið	munum hafa verið að beðið	munt hafa verið að beðið	munuð hafa verið að beðið	mun hafa verið að beðið	**munu hafa verið að beðið**

past participle: beðið   *present participle:* beðandi

Thing-Converters

In Icelandic, thing-converters, also known as prepositions in traditional grammar, are placed before their target thing.

Ég fer í búðina.

			[feminine, singular, accusative]	[feminine, singular, accusative]
yeg	fer	**ee**	booth	ina
ég	fer	**í**	búð	-ina
i	go	**to**	store	the

I go **to** the store.

Hún gengur **fyrir framan** hann.

				[pronoun, 3rd singular, accusative]
hoon	gengur	**feerir**	**frahm-ahn**	han
hún	gengur	**fyrir**	**framan**	hann
she	walks	**for**	**in front of**	him

She walks **in front of** him.

Það er í pokanum.

			[masculine, singular, dative]	[masculine, singular, dative]
thath	ehr	**ee**	poka	num
það	er	**í**	poka	-num
it	is	**in**	bag	the

It is **in** the bag.

Vatnið er **fyrir** hundinn.

			scene-converter	[masculine, singular, accusative]	[masculine, singular, accusative]
vatn	ith	ehr	**feerir**	hoond	in
vatn	-ið	er	**fyrir**	hund	-inn
water	the	is	**for**	dog	the

The water is **for** the dog.

Bókin er **á** skrifborðinu.

			scene-converter	[neuter, singular, dative]	[neuter, singular, dative]
book	in	ehr	**au**	skrivborth	inu
bók	-in	er	**á**	skrifborð	-inu
book	the	is	**on**	desk	the

The book is **on** the desk.

Hann fer **með** henni.

		scene-converter	[pronoun, 3rd singular, dative]
han	fehr	**meth**	henni
hann	fer	**með**	henni
he	goes	**with**	her

He goes **with** her.

Þú ert heima.

thoo	ert	[masculine, plural, accusative] heimah
þú	ert	heima
you	are	home

You are **at** home.

Stóllinn er við tölvuna.

stool	in	ehr	scene-converter vith	[feminine, singular, accusative] talvu	[feminine, singular, accusative] na
stóll	-inn	er	**við**	tölvu	-na
chair	the	is	**beside**	computer	the

The chair is **by** the computer.

Við keyrðum frá flugvellinum á ströndina.

vith	keyr-thum	scene-converter frau	[mascul. single. dative.] flug-velli	[mascul. single. dative.] num	ow	[femin. single. accus.] strand	[femin. single. accus.] ina
við	keyrðum	**frá**	flugvelli	-num	á	strönd	-ina
we	drove	**from**	airport	the	to	beach	the

We drove **from** the airport to the beach.

Apinn gengur **upp** stigann.

			scene-converter	[masculine, singular, accusative]	[masculine, singular, accusative]
ahp	in	gengur	**up**	steega	n
ap	-inn	gengur	**upp**	stiga	-nn
ape	the	walks	**up**	stairs	the

The monkey walks **up** the stairs.

Kvikmyndin er **um** mat.

			scene-converter	[neuter, singular, accusative]
kvikmind	in	ehr	**um**	maht
kvikmynd	-in	er	**um**	mat
movie	the	is	**of**	food

The movie is **about** food.

Músin hleypur **inn í** völundarhúsið.

			scene-converter			
moos	in	hleypur	**in**	ee	valundar-hoos	ith
mús	-in	hleypur	**inn**	í	völundarhús	-ið
mouse	the	runs	**into**	in	maze	the

The mouse runs **into** the maze.

Flugvélin flýgur **yfir** okkur.

			scene-converter	[pronoun, 1st plural, accusative]
floogvel	in	fleegur	**yvir**	okkur
flugvél	-in	flýgur	**yfir**	okkur
airplane	the	flies	**over**	us

The airplane flies **over** us.

Ég fer **eftir** sýninguna.

		scene-converter	[feminine, singular, accusative]	[feminine, singular, accusative]
yeg	fehr	**eftir**	seen-ingh	una
ég	fer	**eftir**	sýning	-una
i	goes	**after**	show	the

I leave **after** the show.

Fiskarnir eru **undir** bátinum.

			scene-converter	[masculine, singular, dative]	[masculine, singular, dative]
fiskar	neer	eru	**undeer**	boat	num
fiskar	-nir	eru	**undir**	báti	-num
fish	the	are	**under**	boat	the

The fish are **under** the boat.

Scene-Converters

Scene-Converters used with Complete Scenes

Scene-converters, also known as subordinating conjunctions in traditional grammar terminology, are placed before their target scene. In these examples, the scenes attached to the scene-converter are all complete, meaning they don't have any missing scene components.

Example #1

In this example, the scene 'she gave him a book' is being used as a thing, specifically a concept. It serves the role of a direct object in the outer scene, 'i thought [something]'.

Ég hélt **hún hefði gefið honum bók**.

		scene-converter	subject
ég	hélt	**n/a**	hún
i	thought	**that**	she

verb		indirect object	direct object
hefði	gefið	honum	bók
had	given	him	book

I thought **that she gave him a book**.

Notice that the English scene-converter word 'that' is not carried over into the Icelandic translation. The meaning is still preserved however, and could be written without the scene-converter in English as well, like 'I thought she gave him a book'.

Example #2

Here, the scene 'the train will leave' is being used as a thing, specifically a time. It serves the role of direct object in the outer scene 'he knows [something]'.

Hann veit **hvenær lestin fer**.

		scene-converter	subject		verb
hann	veit	**hvenær**	lest	-in	fer
he	knows	**when**	train	the	leaves

He knows **when the train will leave**.

Example #3

The scene 'the treats were hidden' is used as a thing, specifically a place. It serves the role of direct object in the outer scene 'the dog discovered [something]'.

Hundurinn uppgötvaði hvar nammið var falið.

			scene-converter
hundur	-inn	uppgötvaði	**hvar**
dog	the	discovered	**where**

subject		verb	
nammi	-ð	var	falið
treats	the	were	hidden

The dog discovered where the treats were hidden.

Scene-Converters used with Incomplete Scenes

Scene-converters can also be used with scenes that have a missing component. In this book, scenes with a missing component are referred to as blanked scenes. Blanked scenes are often used as descriptors of things.

Example #4

In this example, the blanked scene 'i read [ ]' is being used as a descriptor for its target thing, 'the book'.

This blanked scene is blanked because it is missing its direct object. If the target thing were written into the blanked scene, it would become the complete scene: 'i read the book'.

The entire target + descriptor unit, 'the book that i read', plays the role of a subject in the enclosing sentence: '[it] was interesting'.

Bókin sem ég las var áhugaverð.

	target		scene-converter	subject
bók	-in		n/a	ég
book	the		that	i

verb			
las	var	áhugaverð	
read	was	interesting	

The book that I read was interesting.

Notice that an explicit scene-converter word is not present in the Icelandic translation, like it is in English. In other words, there is no translation of 'that' into Icelandic. This construction is possible in English too though, like in the sentence 'The book I read was interesting.'

Example #5

Here, the blanked scene 'we made [ ]' is being used as a descriptor for its target thing, 'the salad'.

This blanked scene is blanked because it is missing its direct object. If the target were written into the blanked scene, it would become the complete scene: 'we made the salad'.

The entire target + descriptor unit 'the salad that we made' plays the role of a direct object in the enclosing sentence: 'he ate [it]'.

Hann borðaði **salatið sem við gerðum**.

		target	
hann	borðaði	salat	-ið
he	ate	salad	the

scene-converter	subject	verb
sem	við	gerðum
which	we	made

He ate **the salad that we made**.

Example #6

Here, the blanked scene 'she gave me [ ]' is being used as a descriptor for its target thing, 'the box'.

This blanked scene is blanked because it is missing its direct object. Written as a complete scene, the target + descriptor unit would be: 'she gave me the box'.

The entire target + descriptor unit 'the box that she gave me' plays the role of a subject in the enclosing scene: '[it] was green'.

Kassinn sem hún gaf mér var grænn.

target		scene-converter	subject
kassi	-nn	**sem**	hún
box	the	**which**	she

verb	indirect object		
gaf	mér	var	grænn
gave	me	was	green

The box that she gave me was green.

Practice Sentences

Grái kötturinn hleypur hljóðlaust á grindverkinu.

[masculine, singular, nominative]	[masculine, singular, nominative]	[masculine, singular, nominative]	[3rd singular, present simple]
grai	kottur	in	ley-puhr
grái	**köttur**	**-inn**	**hleypur**
gray	cat	the	runs

descriptor	thing-converter	[feminine, singular, dative]	[feminine, singular, dative]
hlyoth-laust	ow	grind-verk	in
hljóðlaust	**á**	**grindverk**	**-inu**
quietly	on	fence	the

The gray cat runs quietly on the fence.

Ég borða kartöflur hægt í eina klukkustund.

[pronoun, 1st singular, nominative]	[1st singular, present simple]	[feminine, plural, accusative]	descriptor
yeg	bortha	kartofler	haigt
ég	**borða**	**kartöflur**	**hægt**
i	eat	potatoes	slowly

thing-converter	[feminine, singular, accusative]	[feminine, singular, accusative]
ee	eina	klukkus-tund
í	**eina**	**klukkustund**
in	1	hour

I slowly eat potatoes for one hour.

Hún keypti mörg gömul málverk frá búðinni.

[pronoun, 3rd singular, nominative]	[3rd singular, past simple]	[neuter, plural, accusative]	[neuter, plural, accusative]
oon	keypti	morgh	gamul
hún	keypti	mörg	gömul
she	bought	many	old

[neuter, plural, accusative]	thing-converter	[feminine, singular, dative]	[feminine, singular, dative]
malverk	frau	booth	inni
málverk	frá	búð	-inni
paintings	from	store	the

She bought many old paintings from the store.

Tíu lágvöxnu mennirnir hoppa hamingjusamlega yfir stólinn.

[masculine, plural, nominative]	[masculine, plural, nominative]	[masculine, plural, nominative]	[3rd plural, present]
tee-oo	lagvoxnu	mennir	neer	hoppa
tíu	lágvöxnu	mennir	-nir	hoppa
10	short	men	the	hop

descriptor	thing-converter	[masculine, singular, accusative]	[masculine, singular, accusative]
haming-yusam-lega	ee-veer	stool	in
hamingjusamlega	yfir	stól	-inn
happily	over	stool	the

The ten short men jump happily over the chair.

Hann tók disk úr uppþvottavélinni og setti hann á borðið.

[pronoun, singular, nominative]	[3rd singular, past simple]	[masculine, singular, accusative]	thing-converter
han	took	disk	uhr
hann	tók	disk	úr
he	took	disc	from

[feminine, singular, accusative]	[feminine, singular, accusative]		[3rd singular, present]
oopth-voht-avel	ini	ogh	setti
uppþvottavél	-inni	og	setti
dishwasher	the	and	set

[3rd singular, accusative]	thing-converter	[neuter, singular, accusative]	[neuter, singular, accusative]
han	ow	borth	ith
hann	á	borð	-ið
it	on	table	the

He took a plate from the dishwasher and put it on the table.

Maðurinn borðar gómsæta súkkulaðiköku.

[masculine, singular, nominative]	[masculine, singular, nominative]	[3rd single, present]	[feminine, singular, accusative]	[feminine, singular, accusative]
mathur	in	borthar	gomsaita	suku-lathi-koku
maður	-inn	borðar	gómsæta	súkkulaðiköku
man	the	eats	delicious	chocolate cake

The man eats a delicious chocolate cake.

Scene Builder

1) Pick a scene type

    a) Scene comes with empty sockets for subject, verb, and maybe a complement or objects

    b) Pick a process or state to act as the scene's verb

2) Plug pronouns or things into the subject and object sockets

    a) Pronoun - choose its correct spelling based on its perspective, gender, count, and case

    b) Thing - choose its correct spelling based on its count and case

        i) Descriptors - choose correct spelling based on target thing's gender, count, case, and if there is a definite article

3) Decide the verb's mood, tense, and aspect

4) Choose correct spelling of the verb based on mood, tense, and aspect, as well as the scene's subject

I ate a large pizza.

1) [to eat] → **éta, as transitive**
   a) éta(SBJ, DO)

2) 2 sockets
   a) SBJ [i] → **ég**
      i) Personal Pronoun
         (1) Perspective: 1st person
         (2) Gender: n/a
         (3) Count: singular
         (4) Case: nominative

   b) DO [a large pizza]
      i) Noun Phrase
         (1) Noun: [pizza] → **pizza**
            (a) Gender: feminine
            (b) Count: singular
            (c) Case: accusative
            (d) Article: indefinite article
         (2) Indefinite Article: [a] → **n/a**
         (3) Adjective: [large] → **stóra**
            (a) Noun's Gender: feminine
            (b) Noun's Count: singular
            (c) Noun's Case: accusative
            (d) Article: indefinite article

3) Verb will have
   a) Mood: indicative
   b) Tense: past
   c) Aspect: imperfect

4) Choose spelling of éta for MTA and SBJ:
   a) MTA = indicative, past, imperfect
   b) SBJ = 1st person, singular
   c) éta → **át**

5) Icelandic translation is: **át(ég, stóra pizza)**

Ég át stóra pizza.

Printed in Great Britain
by Amazon

19213640R00061